അശ്ലീതി

കഥാപ്രസംഗങ്ങൾ

ലളിത വി

ഉള്ളടക്കം

അശീതി

കഥാപ്രസംഗങ്ങൾ.

ലളിത വി

മുഖവുര

വി ലളിത

വേങ്ങാട്

കണ്ണൂർ ജില്ലയിൽ ചെമ്പിലോട് ഗ്രാമത്തിലെ വളപ്പിലെക്കണ്ടി ഭവനത്തിൽ പി ബാപ്പുമാസ്റ്ററുടെയും വി നാരായണി ടീച്ചറുടെയും മകൾ. സസ്യശാസ്ത്രത്തിൽ ബിരുദവും ആംഗലേയ സാഹിത്യത്തിൽ ബിരുദാനന്തര ബിരുദവും എം.എഡ്. ഉം എടുത്തിട്ടുണ്ട്.

എച്ച്എസ്എ, എച്ച്എസ്എസ്ടി, എച്ച്എം, എഇഒ, പ്രിൻസിപ്പാൾ എന്നീരീതിയിൽ വിവിധ സ്ഥാപനങ്ങളിൽ ജോലി ചെയ്തിട്ടുണ്ട്. 2013 വിരമിച്ചു.

ഭർത്താവ് സി.കെ ജയരാജൻ (റിട്ട. അധ്യാപകൻ) മക്കൾ ആശിഷ് വി (എഞ്ചിനിയർ, ജർമ്മിനി) ആദർശ് വി (മെഡിക്കൽ കോഡർ, അബുദാബി) മരുമക്കൾ പ്രിറ്റി രവീന്ദ്രൻ, ഡാലിയ പ്രകാശ്, കൊച്ചുമക്കൾ നോഅ ആശീഷ്, ഇവാൻ ആദർശ്.

സഹോദരങ്ങൾ, വി രാജഗോപാലൻ മാസ്റ്റർ, വി രേവതി ടീച്ചർ, റിട്ട. പ്രൊഫസർ വി രവീന്ദ്രൻ, വി രാജലക്ഷ്മി ടീച്ചർ, വി ശാന്ത, വി കൃഷ്ണദാസ് (റിട്ട. എഇഒ), വി ശശീന്ദ്രൻ (റിട്ട. സെയിൽസ് ടാക്സ് ഓഫീസർ)

പ്രസിദ്ധീകരിച്ച പുസ്തകം "ചലനം"ലഘുനാടകങ്ങൾ

വിലാസം: ആതിര, വേങ്ങാട് പി.ഒ, അഞ്ചരക്കണ്ടി, കണ്ണൂർ, 670612, ഫോൺ: 9605747298

.

ആമുഖം

ആമുഖം

ഒരു കാലത്ത് വേദിയിലും യുവജനോത്സവത്തിലും ജന മനസ്സുകളെ കീഴടക്കിയ കലാരൂപമാണ് കഥാപ്രസംഗം. പക്കമേളത്തിന്റെ അകമ്പടിയോടെ കാഥികൻ സ്വന്തം അഭിനയ പാടവവും ശബ്ദ നിയന്ത്രണവും ഗാനാലാപനവും നടത്തി സദസ്സിനെ കീഴടക്കുന്ന കലാരൂപം സഹൃദയ മനസ്സിൽ എത്തിക്കാൻ എന്റെ എളിയ ശ്രമം.

ഇതിൽ ശ്രീ ആൽഫ്രഡ് നോയ്സിന്റെ ആംഗലേയ ഭാഷയിലുള്ള ദ ഹൈവേമാൻ എന്ന കവിതയെ ആസ്പദമാക്കി രചിച്ചതാണ് ആദ്യകഥാപ്രസംഗമായ "കൊള്ളക്കാരൻ". അപ്പു എന്ന എൺപതുകാരന്റെ അശീതി ആഘോഷത്തിന്റെ ഒരുക്കത്തിൽ അദ്ദേഹത്തിന്റെ ബാല്യം കൗമാരം, വാർദ്ധക്യം എന്നീ അവസ്ഥകൾ ഓർമ്മിക്കുന്ന രീതിയിൽ ആണ് "അശീതി" എന്ന രണ്ടാമത്തെ കഥാപ്രസംഗം പുരാണ കഥാപാത്രങ്ങളെയും ആധുനിക കാലത്തെയും ബന്ധിപ്പിക്കാൻ ഒരു ശ്രമം.

മൂന്നാമത്തെ കഥാപ്രസംഗം പ്രസിദ്ധസാഹിത്യകാരനായ ശ്രീ ഇടശ്ശേരി ഗോവിന്ദൻ നായരുടെ "അങ്ങേ വീട്ടിലേക്ക്" എന്ന കവിതയെ ആസ്പദമാക്കി രചിച്ചതാണ്. ആധുനിക കാലത്ത് സമ്പത്തിനും പൊങ്ങച്ചത്തിനും ഇടയിൽ ബന്ധങ്ങൾക്ക് പ്രാധാന്യം നൽകാത്ത അവസ്ഥ വരച്ചു കാട്ടുന്ന ഈ കവിത എന്റെ മനസ്സിനെ വളരെയധികം സ്വാധീനിച്ചിരുന്നു.

കഥാ പ്രസംഗകലയെ ഇഷ്ടപ്പെടുന്നതു കൊണ്ട് ഒരു ശ്രമം മാത്രം.
വി ലളിത, വേങ്ങാട്

1

കൊള്ളക്കാരൻ

കഥാപ്രസംഗം

കൊള്ളക്കാരൻ

സഹൃദയരെ, കലാ സ്നേഹികളെ ശ്രീ ആൽഫ്രഡ് നോയ്സിന്റെ "ദി ഹൈവേമാൻ" എന്ന കവിതയെ ആസ്പദമാക്കി രചിച്ച ഒരു കഥാപ്രസംഗമാണിത്. കഥയുടെ പേര് "കൊള്ളക്കാരൻ" അതെ കൊള്ളക്കാരൻ അങ്ങകലെ കൊടും തണുപ്പുള്ള ഫ്രാൻസിലെ ഒരു ഗ്രാമം. ചതുപ്പൂ നിലത്തിന്റെ അരികുപറ്റി നീണ്ടു കിടക്കുന്ന ചെമ്മൺപാത നിലാവുള്ള രാത്രിയിൽ ഒരു ചുവന്ന റിബൺ പോലെ കാണപ്പെട്ടു. ആ പാതയിലൂടെ അർദ്ധരാത്രി അവൻ വരികയാണ്. കുതിരപ്പുറത്ത്, അതെ കൊള്ളക്കാരൻ

മുട്ടോളമെത്തുന്ന ബൂട്ടു ധരിച്ച്

കുത്തനെ നിർത്തിയ തൊപ്പിയും വച്ച്

കുതിച്ച് കുതിച്ച് കുതിരസ്സവാരി

സത്രത്തെ ലക്ഷ്യമാക്കി നീങ്ങുകയായ്

ആ പാതയുടെ അരികിലായി ഒരു സത്രമുണ്ട്. ആ സത്രത്തെ ലക്ഷ്യമാക്കിപ്പോകുന്ന അയാളുടെ വേഷം ഒരു പട്ടാളക്കാരനു യോജിച്ചതായിരുന്നു. തലയിൽ കുത്തനെ നിർത്തിയ ഫ്രഞ്ച് തൊപ്പി അതിന്റെ ലേസ് താടിക്ക് ചുറ്റും, മുട്ടോളമെത്തുന്ന കാലുറ, അരയിൽ കൃപാണത്തിന്റെ പിത്തള കൈപ്പിടി തിളങ്ങുന്നു. ആ സത്രത്തിനടുത്തെത്തിയ അയാൾ ഗേറ്റിന് തന്റെ ചാട്ടവാർ കൊണ്ട് കൊട്ടി .അതുപൂട്ടിയിരിക്കുന്നു. പിന്നെ സാവകാശം മുന്നോട്ടു നീങ്ങി. ആ. തന്റെ പ്രാണ പ്രേയസി , സത്രമുടമയുടെ മകൾ ബെസ്സി

•1•

ഉറക്കമിളച്ച് കാത്തിരിക്കുന്ന ആ ജനാലക്കടുത്ത്. പ്രത്യേക തരത്തിൽ ഒരു ചൂളംവിളിയിൽ ആ ജനാല തുറക്കപ്പെട്ടു.

കണ്ണിനു കുളിരേകും കോമളാംഗി
അവൾ ആരും കൊതിക്കുന്ന മോഹനാംഗി
മുട്ടോളമെത്തുന്ന കാർകുന്തൽ ഉച്ചിയിൽ
നന്നായി മുറുക്കി മെടഞ്ഞുകെട്ടി

അവൻ കാതരമായി വിളിച്ചു പ്രിയേ,

പക്ഷേ ആ ജനാല വളരെ ഉയരത്തിലായിരുന്നു. ആ മുഖം കൈക്കുടന്നയിലെടുത്തു മുത്തമിടാനുള്ള അഭിവാഞ്ഛ അവൻ അടക്കി പ്രിയേ. ഊം അവൾ വിളി കേട്ടു പെട്ടന്ന് അവൾ മുടിക്കെട്ടഴിച്ചു. അതിൽ തന്റെ പ്രിയനുള്ള സന്ദേശം കെട്ടി. ആ മുടിച്ചുരുൾ ഒരു കറുത്ത അലപോലെ അവന്റെ മുഖത്ത് പതിച്ചു. ആ പരിമളം അവൻ ആവോളം ആസ്വദിച്ചു. ആ തരംഗം അവളുടെ ശിരസ്സിൽ നിന്ന് പാദം വരെ അലയടിച്ചു.

കാത്തിരിക്കൂ മൽസഖീ പുലർകാലമാകുവാൻ
കാത്തിരിക്കോമലേ നാളെ സായാഹ്നം വരെ
ഏറെ വൈകില്ല ഞാനെത്തീടും പാതിര
ഏതു നരകം തടുത്തീടിലും

പിന്നെ അവൻ അവിടെ നിന്നില്ല ആ കുതിരക്കുളമ്പടി ചരൽക്കല്ലുകളെ തട്ടിത്തെറിപ്പിച്ച് കടന്നു പോയി പ്രഭാതമായി അവൻ വന്നില്ല. ബെസ്സിയുടെ മനസ്സ് കുതിരക്കുളമ്പടിക്കായി കാതോർത്തു. ശരീരം മാത്രം പ്രവർത്തിച്ചു. ഉച്ചയായി.. വൈകുന്നേരമായി.. അതേ രാത്രിയും വന്നെത്തി.. നിലാവുദിക്കുന്ന സമയത്ത് കുതിരക്കുളമ്പടി നാദം ....ഒന്നല്ല രണ്ടല്ല അനേകം. അവൾ ഞെട്ടി.. എന്താണ്.. എന്താണ് സംഭവിക്കുന്നത് എന്നു ചിന്തിക്കുമ്പോഴേക്കും അവർ സത്രത്തിലെത്തി. രാജകിങ്കരന്മാർ.....?!! അവർ സത്രമുടമയെ ശ്രദ്ധിച്ചില്ല. അവർ ഉണ്ടായിരുന്ന വീഞ്ഞു മുഴുവൻ കുടിച്ചു തീർത്തു പക്ഷേ നേരെ ചെന്നു ബെസ്സിയെ വെല്ലുവിളിച്ചു. അവളെ അവളുടെ ഇടുങ്ങിയ കട്ടിൽ കാലിൽ കെട്ടിയിട്ടു, അപ്പോഴും അവൾക്ക് തുറന്നുവെച്ച ജനാലയിലൂടെ ആ ചെമ്മൺ പാത കാണാമായിരുന്നു.

നിസ്സഹായയാം പെണ്ണിന്റെ മുന്നിൽ
നിഷ്കരുണം പെരുമാറുന്നവർ

കെട്ടിയിടപ്പെട്ടവളുടെ മുന്നിലായ്
തോക്കുകൾ നീട്ടിയിരുന്നു അവർ

ജനാലയ്ക്കിരുവശത്തും ഭടന്മാർ. മാത്രമല്ല ഏതു നിമിഷവും അവളുടെ മാറിടം തുളക്കുന്ന വിധത്തിൽ ഒരു തോക്ക് അവർ കെട്ടിയിട്ടു. ആ നിസ്സഹായവസ്ഥയിലും അവളെ ചുംബിച്ചു. ശിക്ഷാവിധി നടപ്പിലാക്കാൻ, കൊള്ളക്കാരനെ കൊല്ലാൻ, അവനെ സ്നേഹിച്ചു പോയതിന് അവളെ ഉപദ്രവിക്കാൻ വന്ന അവരിലൊരാൾ പരിഹസിച്ചു പാടി

കാത്തിരിക്കോമലേ പുലർകാലമാകുവാൻ
കാത്തിരിക്കെടീ നാളെ സായാഹ്നം വരെ
ഏറെ വൈകില്ല ഞാനെത്തീടും പാതിര
ഏതു നരകം തടുത്തീടിലും

.... ഹ...... ഹ വീഞ്ഞിന്റെ ലഹരിയിൽ അവർ അർദ്ധ മയക്കത്തിലായിരുന്നു.

ബെസ്സി കൈകൾ പിന്നോട്ട് വളക്കാൻ ശ്രമിച്ചു. ഇല്ല കെട്ടുകൾ മുറുകിയിരുന്നു. അവൾ വീണ്ടും ശ്രമിച്ചു. കെട്ടുകൾ മുറുകി ഉരഞ്ഞ് ചോരയൊലിച്ചു, വേദന കൊണ്ട് പുളയുമ്പോഴും അവൾ ശബ്ദിച്ചില്ല. നിമിഷങ്ങൾ യുഗങ്ങളായി ക്ലോക്കിൽ 12 അടിക്കുന്ന ആ നിമിഷത്തിൽ അത് സംഭവിച്ചു. അതെ അവളുടെ ഒരു വിരൽ കാഞ്ചിയിൽ തൊട്ടു. അതെ ആ തോക്കിന്റെ കാഞ്ചി അവൾക്ക് സ്വന്തം പിന്നെ അവൾ അനങ്ങിയില്ല. തന്റെ മാറിടത്തിനു നേരെ ചൂണ്ടിയ തോക്കിൻ കുഴയിലേക്ക് അവൾ നോക്കി അവൾ ശാന്തമായി ജനാലയിലൂടെ നോക്കി ആ പാത ശൂന്യം. തന്റെ പ്രാണനാഥനിൽ നിന്ന് ഞാൻ വിരമിക്കുകയാണെന്ന് നെഞ്ചിടിപ്പോടെ അവൾ ഓർത്തു. 'ട്ളോട്ട്' 'ട്ളോട്ട്' 'ട്ളോട്ട്' കുതിരക്കുളമ്പടി ശബ്ദം. ഈശ്വരാ അവർ കേട്ടോ? 'ട്ളോട്ട്' .... ട് വീഞ്ഞിന്റെ ലഹരിയിൽ അവർ മയങ്ങിപ്പോയോ?

താളാത്മകമായ കുളമ്പടി ശബ്ദം
താൻ മാത്രമേ ഇപ്പോൾ കേട്ടതുള്ളു
രക്ഷയേകീടണം തന്നാത്മനാഥന്
ജീവരക്തത്തിൽ മുങ്ങിയാലും

ആ കുളമ്പടി ശബ്ദം അടുത്തു കൊണ്ടിരിക്കുകയാണ്. ആ തിളങ്ങുന്ന ചുവന്ന കോട്ട് നിലാവിൽ കൂടുതൽ തിളങ്ങി അവൾ

നിവർന്നിരിക്കാൻ ശ്രമിച്ചു. അവളുടെ മുഖത്തിന് ചുറ്റും ഒരു പ്രഭാവലയം കാണപ്പെട്ടു. അവളുടെ കണ്ണുകൾ വികസിച്ചു. അവൾ അവസാനമായി ജീവവായു വലിച്ചെടുത്തു. അവൾ കാഞ്ചി വലിച്ചു. ആ തോക്കും അവളുടെ ശരീരവും ഒരേപോലെ ചിതറിക്കൊണ്ട് തന്റെ പ്രാണപ്രിയന് അപകട സൂചന നൽകി. പിന്നെ അവൻ നിന്നില്ല. കുതിരയെ എതിർ ദിശയിലേക്ക് തിരിച്ചു വിട്ടു. അപ്പോഴും അവൻ അറിഞ്ഞില്ല തന്റെ പ്രാണപ്രെയസി തോക്കിൻ കുഴയിലേക്ക് വീണ ശിരസ്സുമായി കിടക്കുന്നുണ്ടെന്ന്.

പക്ഷേ പ്രഭാതത്തിൽ അവൻ അത് അറിയുക തന്നെ ചെയ്തു. കരിനീലക്കണ്ണും കാർക്കൂന്തലുമുള്ള തന്റെ പ്രാണപ്രേയസി തന്നെ രക്ഷിക്കാൻ തനിക്ക് അടയാളം തരാൻ വേണ്ടി മാത്രം ജീവ ത്യാഗം ചെയ്തിരിക്കുന്നു.

പ്രിയേ പ്രാണേശ്വരി
പാപിയാമെന്നെ രക്ഷിക്കാനോ
പ്രാണത്യാഗം ചെയ്തു നീ
പ്രാണ ത്യാഗം ചെയ്തു നീ

പിന്നെ ആകാശത്തിലേക്ക് ഒരു ശാപം അവൻ അയച്ചു. ഭ്രാന്തമായ ആവേശത്തോടെ സത്രത്തിനു നേരെ കുതിച്ചു. പക്ഷേ ആ കുതിരക്ക് അധികം ഓടേണ്ടി വന്നില്ല. .... കർണ്ണ കഠോരമായ വെടിയൊച്ചകൾ അവന്റെ ചുവന്ന വെൽവെറ്റ് കുപ്പായത്തെ വീണ്ടും ചുവപ്പിച്ചു. അപ്പോഴും അവന്റെ തൊപ്പിയിലെ തൊങ്ങലുകൽ ആ മുഖത്തിന് ചുറ്റും ഒരു റീത്തുപോലെ സമർപ്പിക്കപ്പെട്ടു.

ഇപ്പോഴും നല്ല നിലാവുള്ള അർദ്ധരാത്രിയിൽ ആ ചതുപ്പു നിലത്തിനടുത്തുള്ള ചെമ്മൺ പാതയിൽ ചരൽക്കല്ലുകൾ തെറിപ്പിച്ചുള്ള കുതിരക്കളമ്പടിയും, ആ ചൂളമടിയും കേൾക്കാറുണ്ടത്രെ, ആ കിളിവാതിലിനടുത്ത് അവൾ മുടി പിന്നിക്കൊണ്ട് നിൽക്കുന്നതും കാണാത്രേ!

ബെസ്സിയുടെയും കൊള്ളക്കാരന്റെയും ആത്മാക്കൾ കൈകോർത്ത് ചക്രവാളത്തിൽ മറയുമ്പോൾ എന്റെ ഈ കഥ ഇവിടെ പൂർണ്ണമാകുന്നു.

നന്ദി

2

പാലനം പരിപാലനം

കഥാപ്രസംഗം

പാലനം പരിപാലനം

സഹൃദയരായ കലാസ്നേഹികളെ,

പാലനം സംരക്ഷണം, കലയുടെ വൈവിധ്യങ്ങളിലൊന്നായ കഥാപ്രസംഗത്തെ പരിപാലനം ചെയ്യാൻ, ഗാനവും സാഹിത്യവും അഭിനയവും കോർത്തെടുത്ത് പോഷിപ്പിക്കാൻ ഒരു എളിയ ശ്രമം. അതെ ഞാൻ അവതരിപ്പിക്കുന്ന കഥാപ്രസംഗത്തിന്റെ പേർ പാലനം പരിപാലനം നാം ജീവിക്കുന്ന ഭൂമിയെ അതിലെ സചേതന-അചേതന വസ്തുക്കളെ, സഹജീവികളെ പരിപാലിക്കേണ്ടതല്ലേ.

പരിലാളിതമാം പാവന ഭൂമിയിൽ

പരിലസിക്കും പക്ഷിമൃഗാദികൾ

തരുനിര തണലേകും ഹരിതാഭകൾ

അരുവികൾ തോടും കാട്ടാറുകളും

പ്രകൃതിയെ ഭാരതാംബയുടെ വൈവിധ്യാത്മകതയെ, സഹജീവികളെ ജല സമ്പത്തിനെ, വനസമ്പത്തിനെ അപ്പുവേട്ടൻ ആലോപിച്ചു സംരക്ഷണപ്പട്ടികയിൽ നിന്ന് ഏതിനെയാണ് ഒഴിവാക്കുക. അപ്പുവേട്ടൻ ആരാണെന്നോ? ഒരു എൺപത്കാരൻ. ഇന്ത്യ സ്വാതന്ത്ര്യം നേടുന്ന കാലത്ത് ജനിച്ച അപ്പു എന്ന ഓമന ബാലൻ കാലത്തിന്റെ മാറ്റങ്ങളുടെ മാറ്റുരച്ചവൻ, അവൻ സഞ്ചരിക്കുകയാണ് കാലത്തിന്റെ മാറ്റങ്ങളിലൂടെ ബാലകൗമാര യൗവ്വന ഘട്ടം കഴിഞ്ഞ് വാർദ്ധ്യത്തിലേക്ക് ഇനി അശീതി - മക്കൾക്കും കൊച്ചുമക്കൾക്കും ആഗ്രഹം എൺപതാം പിറന്നാൾ വലിയ ഒരാഘോഷം ആക്കി

മാറ്റണമെന്ന് അശീതി ധൂർത്ത് അപ്പുവേട്ടന് അതിഷ്ടമല്ല. അവർക്കെല്ലാം ഒത്തുകൂടാനും ആഹ്ളാദിക്കാനും എന്നെ ഉപയോഗിക്കുക എങ്ങനെ ഈ ചടങ്ങ് ഒഴിവാക്കും ഈ ലോകത്തെ വാസം അവസാനിക്കാറായി. ഇനി സ്വർഗ്ഗാരോഹണം എൺപതുകാരന്റെ ചിന്തയിൽ സ്വപ്നത്തിൽ ആ ചിന്ത അറിയാതെ കടന്നു വരും. അപ്പോൾ മഹാഭാരതത്തിലെ യുധിഷ്ഠിരന്റെ സ്വർഗ്ഗാരോഹണ കഥ അപ്പു മുത്തച്ഛരന്റെ മനസ്സിലൂടെ കടന്നു പോയി.

ധർമ്മ പരിപാലനത്തിന് മുൻപിലായിരുന്ന യുധിഷ്ഠിരൻ, ധർമ്മപുത്രർ എന്ന പേരിലറിയപ്പെടുന്ന പാണ്ഡുവിന്റെ മൂത്ത പുത്രന് സ്വർഗ്ഗത്തിലേക്ക് നേരിട്ട് പ്രവേശനം ലഭിച്ചില്ലെങ്കിലേ അത്ഭുതമുള്ളൂ.. പക്ഷേ സ്വർഗ്ഗത്തിലേക്ക് പ്രവേശിച്ചപ്പോൾ കൂടപ്പിറപ്പുകളായ ഭീമൻ, അർജ്ജുനൻ, നകുലൻ, സഹദേവൻ, അമ്മ കുന്തീദേവി, ഭാര്യ ദൗപതി ആരെയും അവിടെ കാണാൻ കഴിഞ്ഞില്ല.

ധർമ്മ പൂർത്തിക്കായ് നിയോഗിച്ച പുത്രൻ

ധർമ്മ നീതിക്കായ് ചോദിച്ചു പോയി

മാതാവെവിടെ ഭ്രാതാവെവിടെ

പാഞ്ചാലിയും സഹപാഠികളുമെവിടെ

സ്വർഗ്ഗപാലകന്റെ മറുപടി അവർക്ക് സ്വർഗ്ഗത്തിൽ എത്താൻ അർഹതയില്ല. അവർ നരകത്തിൽ പാപഫലങ്ങൾ അനുഭവിക്കുകയാണ്.

ഇല്ല സ്വജനങ്ങളില്ലാത്ത സ്വർഗ്ഗം എനിക്കു വേണ്ട, എന്നെ എന്റെ ബന്ധുമിത്രാദികളുടെ കൂടെ താമസിക്കാൻ നരകത്തിലെത്തിക്കൂ.. യുധിഷ്ഠിരന്റെ ആഗ്രഹപ്രകാരം നരക കവാടത്തിലെത്തിയപ്പോൾ ദീനവിലാപങ്ങൾ മാത്രം. ജ്യേഷ്ഠാ എന്നെ രക്ഷിക്കൂ.. എന്നെ വെട്ടിനുറുക്കുകയാണ്, എന്നെ തിളച്ച എണ്ണയിൽ മുക്കുകയാണ്. ഭാരം ചുമപ്പിക്കുകയാണ് പ്രാണവേദനയിൽ നിന്നുടലെടുത്ത ദീന വിലാപങ്ങൾ .. യുധിഷ്ഠിരൻ കടന്നു പോയ വഴികളിലെല്ലാം കുളിർമയുടെ കുളിർകാറ്റ് അതേറ്റ് വാങ്ങിയവർ വേദനകൾ മറന്നു. പീഢനങ്ങൾക്കൊടുവിൽ അവരും സ്വർഗ്ഗാരോഹണത്തിന് അർഹരായി

നരകമെന്തെന്നു ഞാനറിഞ്ഞീല

നരകയാതന അനുഭവിച്ചീല
നരകമെന്തെന്നിപ്പോഴെനിക്ക്
അനുഭവിക്കാനും നിമിത്തമായ്

യുധിഷ്ഠിരൻ ആ രംഗം ഓർത്തു. ഈ നരകയാതനകൾ കാണാൻ ഞാൻ അർഹനാണ്. ഗുരു ദ്രോണാചാര്യരുടെ പരാജയം ഉറപ്പിക്കാൻ അശ്വത്ഥാമാവ് മരിച്ചു എന്നു കള്ളം പറഞ്ഞതിനുള്ള ശിക്ഷ ആനയുടെ പ്രതിമയുണ്ടാക്കി അതിന് അശ്വത്ഥാമാവ് എന്നു പേരു നൽകി യുദ്ധക്കളത്തിൽ വെച്ച് ആ പ്രതിമ തകർത്തപ്പോൾ അശ്വത്ഥാമാഹത കുഞ്ഞര എന്നു പറഞ്ഞത് വാദ്യഭേരിയുടെ നടുവിൽ കുഞ്ഞര എന്ന ശബ്ദം ആചാര്യൻ കേട്ടില്ല. യുധിഷ്ഠിരന്റെ വാക്കുകൾ വിശ്വസിച്ച് ദ്രോണാചാര്യരെ കീഴ്പ്പെടുത്താനുള്ള തന്ത്രം ആ വലിയ തെറ്റിനുള്ള ശിക്ഷയാണ് നരകദൃശ്യം. അപ്പുവേട്ടൻ ഓർത്തുപോയി ഞാനും നരകദർശനം നടത്തുകയല്ലേ,...... എന്തെല്ലാം രംഗങ്ങൾ......

സ്വാതന്ത്ര്യ സമരകാലം, അഞ്ചുവയസ്സുകാരനായ അപ്പുവിന് മങ്ങിയ ഓർമ്മ മാത്രം അനുഭവസ്ഥർ പറഞ്ഞ അറിവുകൾ ഞെട്ടിക്കുന്നതായിരുന്നു. സ്വതന്ത്ര ഭാരതത്തിനു വേണ്ടി പ്രവർത്തിച്ച അറിയപ്പെടാത്ത എത്രപേർ.

1930 ൽ ഗാന്ധിജി ഉപ്പു സത്യാഗ്രഹം നയിച്ചപ്പോൾ സ്വന്തം നാട്ടിലെ കടൽജലം വറ്റിച്ച് ഉപ്പുകുറുക്കാൻ ബ്രിട്ടീഷുകാർക്ക് കരം കൊടുക്കണമെന്ന നിയമത്തെ ലംഘിച്ചുകൊണ്ട് കടൽതീരത്തേക്ക് കടൽ ജലം ശേഖരിച്ച് കുറുക്കി ഉപ്പുണ്ടാക്കാൻ കേരളത്തിലെ ജനങ്ങളും മുന്നോട്ട് വന്നു.

വരിക വരിക സഹജരേ സഹന സമര സമയമായ്
കരളുറച്ച് കൈകൾ കോർത്ത് കാൽ നടക്ക് പോക നാം

എന്ന് ആവേശത്തോടെ കോഴിക്കോട് നിന്ന് പയ്യന്നൂരിലേക്ക് കാൽ നടയാത്ര നടത്തിയ 32 പേരെ നയിച്ച ഉള്ളൂർ നീലകണ്ഠൻ നമ്പൂതിരിപ്പാട്, സി കൃഷ്ണപ്പിള്ള. കേരളീയൻ എന്നറിപ്പെടുന്ന കെ കുഞ്ഞപ്പനമ്പ്യാർ തുടങ്ങിയവരുടെ പേരുകൾ തങ്കലിപികളിൽ എഴുതപ്പെട്ടു. അപ്പുവിന്റെ അമ്മയും മുത്തശ്ശിയും അറിയപ്പെടാത്ത ഉപ്പുസത്യാഗ്രഹികളായി

ബ്രിട്ടീഷ് പടകൾ റോന്ത് ചുറ്റും
കടൽതീരത്തിനിടുക്കിൽ നിന്നും

ചെളിമണ്ണ് വാരി തെളിനീരിൽ നിന്നും
ഉപ്പുകുറുക്കിയ ധീര വനിതകൾ

തോക്കുമായി കടൽത്തീരത്ത് റോന്ത് ചുറ്റുന്ന ബ്രിട്ടീഷ് പട്ടാളത്തിന്റെ കണ്ണുവെട്ടിച്ച് ചെളിനിറഞ്ഞ കടൽ ജലം ശേഖരിച്ച് വീട്ടിൽ വന്ന് ചെളി കലക്കി തെളിയൂറ്റി ആ വെള്ളം വറ്റിച്ച് ഉപ്പ് ശേഖരിച്ചത് അമ്മ പറഞ്ഞത് അപ്പു ഓർത്തു. എന്തൊരു ധീരത?!! എത്ര സാഹസികത പക്ഷേ ഇപ്പോഴും അവരുടെ അടിമത്തം ആഗ്രഹിക്കുന്നവർ, അവർ ഭാരതത്തിൽ, കേരളത്തിൽ വലിച്ചെറിഞ്ഞു മുറുകെപ്പിടിക്കുന്നവർ. പോയ ആംഗലേയഭാഷയെ മുറുകെ പിടിക്കുന്നവർ

മറ്റുള്ള ഭാഷകൾ കേവലം ധാത്രിമാർ
മർത്ത്യന് പെറ്റമ്മ തൻ ഭാഷതാൻ

എന്നു തിരിച്ചറിയാതെ എന്റെ മക്കൾ, കൊച്ചുമക്കൾ ഇംഗ്ലീഷ് മീഡിയം സ്കൂളിലാണെന്ന് പറഞ്ഞ് ഞെളിയുന്നത്.

ഭൂമദ്ധ്യ രേഖയ്ക്കടുത്തുനില്ക്കും
ഉഷ്ണമേഖലയായ ഭാരതത്തിൽ
കാറ്റും വെയിലും വേണ്ടത്ര കിട്ടുന്ന
വേഷഭൂഷാദികൾ പലയിടത്തും
ചുട്ടിത്തോർത്തും കച്ചമുണ്ടും
വള്ളിനിക്കറും പാവാടയുമായ്
പാറിപ്പറക്കുന്ന പൈതങ്ങളെ

സോക്സും ഷൂസും കോട്ടും ടൈയും പാന്റ്സും, അയ്യോ! നമ്മുടെ പിഞ്ചുമക്കളുടെ ഇന്നത്തെ അവസ്ഥ രാവിലെ മുതൽ വൈകുന്നേരം വരെ ഇത്തരം വസ്ത്രത്തിനുള്ളിൽ കയറി വേവുക. വിയർപ്പ് വലിച്ചെടുത്ത ശരീരത്തിൽ രോഗം വന്നില്ലെങ്കിലേ അത്ഭുതമുള്ളൂ..

തൊടികളിൽ വളമിട്ടും പുല്ലരിഞ്ഞും
പശുവിനെ മേച്ചും കളപറിച്ചും
പച്ചക്കറികളെ പരിപാലിച്ചും
വീട്ടു പണികളിൽ സഹകരിച്ചും

കഴിഞ്ഞിരുന്ന പ്രഭാതത്തെ ഊർജ്ജസ്വലമാക്കിയ വീട്ടമ്മമാർ റോഡരികിൽ സ്കൂൾ ബാഗും, കുട്ടികളുടെ കയ്യും പിടിച്ച് സ്കൂൾ ബസ്സ് വരുന്നത് കാത്തുനില്ക്കുന്ന ദൃശ്യം. ഓടിച്ചാടി നടന്ന്

കളിക്കേണ്ട പ്രകൃതിയെ അറിഞ്ഞു വളരേണ്ട കുട്ടികളെ ചട്ടിയിൽ വളരുന്ന ചെടികളാക്കി മാറ്റുക. അതിൽ ശരി കണ്ടെത്തുക. അഭിമാനിക്കുക. അപ്പുവേട്ടന് കണ്ടു നിൽക്കാനേ കഴിയൂ. പ്രതികരിച്ചു കൂടാ, പ്രതികരിച്ചു പോയാൽ കിളവന് എന്തറിയാം എന്ന പുച്ഛരം.

മക്കൾ ആംഗലേയ ഭാഷ പറയുന്നത് കേട്ട് ആനന്ദിക്കുന്ന മാതാപിതാക്കൾ മലയാള ഭാഷയെയും സ്നേഹിക്കാൻ പഠിപ്പിച്ചാൽ ആ മക്കൾ വിദേശത്ത് പോയാലും മലയാള ഭാഷയെ പരിപോഷിപ്പിക്കും. വിദേശികളെ മലയാളം പഠിപ്പിക്കും. അങ്ങനെ മലയാളം ലോകോത്തര ഭാഷയായി തീരും. പാവം അപ്പുവേട്ടന്റെ സങ്കൽപം യാഥാർത്ഥ്യമാകുമോ? മുണ്ടു മുറുക്കിയുടുത്ത് സ്കൂളിൽ പോയിരുന്ന കാലം ദാരിദ്ര്യത്തിന്റെ യഥാർത്ഥമുഖം കണ്ടകാലം

കോരിച്ചൊരിയും കർക്കിടകം

ഘോരം ഇടിയും മിന്നലുമായ്

തോടും പുഴയും വയലേലകളും

നിറഞ്ഞു കവിഞ്ഞങ്ങൊഴുകകയായ്

പുറത്തിറങ്ങാനാകാത്ത കർക്കിടക വറുതി

ചക്കക്കുരുവും തേങ്ങാപ്പൂളും

വാഴപ്പിണ്ടി വാഴക്കണ്ട

കഞ്ഞിപുഴുക്കും ചുട്ടരച്ച

ചമ്മന്തിയും വെള്ളരിയും

വറുതിയുടെ കാലം വീട്ടിൽ നിന്നു തരുന്നതെന്തും കഴിക്കേണ്ട അവസ്ഥ പലഹാരം പലബിസ്ക്കറ്റ്, കട്ടൻകാപ്പിയിൽ മുക്കിത്തിന്നുമ്പോൾ ഒരു സുഖം. സ്കൂളിൽ നിന്ന് നാലാം തരം വരെ കിട്ടിയ ഉപ്പുമാവ് രാവിലെ പഴങ്കഞ്ഞി ഇന്ന് സ്കൂളിൽ ഉച്ചഭക്ഷണം, പാൽ, മുട്ട, ദാരിദ്ര്യത്തിന്റെ പഴയകാലഘട്ടത്തിലായിരുന്നു ഉച്ചഭക്ഷണം കിട്ടേണ്ടിയിരുന്നത്. അപ്പുവേട്ടൻ വേദനയോടെ ഓർത്തു.

വലിച്ചെറിയും ദോശകളെത്ര

പുട്ടും കടലേം വേണ്ടേ വേണ്ടേ

നൂഡിൽസും ചിക്കൻ റോളും

പേരറിയാത്ത ഫാസ്റ്റ്ഫുഡ്ഡും

എല്ലായിടത്തും ആസൂത്രണമില്ലായ്മ എവിടെയും ആവശ്യത്തിനല്ല, ആഡംബരത്തിനാണ് പ്രാധാന്യം അപ്പുവേട്ടൻ തന്റെ

കല്ല്യാണം ഓർത്തുപോയി, രാത്രിയിലായിരുന്നു കല്ല്യാണം, കൊളുത്തി വച്ച നിലവിളക്കിനു മുമ്പിൽ വെള്ളമുണ്ടും ബ്ലൗസും ഒരു തോർത്തും പുതച്ച് വധു, അമ്മാവൻ തന്ന പുടവ ഭൂമിയോളം കുമ്പിട്ട് നിൽക്കുന്ന കല്യാണിയുടെ കൈയ്യിൽ വച്ചു കൊടുത്തു. കൈപിടിച്ച് വിളക്കിനെ ഏഴുതവണ വലം വെച്ചു. അവിലും പഴവും തേങ്ങയും ശർക്കരയും വേണ്ടത്ര വിളമ്പി കുഴച്ചത് ആയിരുന്നു. ഭക്ഷണം സ്വന്തം ഭാര്യയുടെ മുഖം പകൽ വെളിച്ചത്ത് കണ്ടിരുന്നോ? കൂട്ടുകുടുംബത്തിൽ ഭാര്യയെ കാണാനോ മിണ്ടാനോ ഒന്നും സാധിക്കില്ല. സ്വന്തം വീട് വച്ച് മാറിത്താമസിച്ചതിനു ശേഷമാണ് അവളെ നേരെ ചൊവ്വേ കാണുന്നത്. എന്നാലും

തൊടിയിലും പാടത്തും തോപ്പിലുമായ്
പകലന്തിയോളം പണിതിടുമ്പോൾ
പശുവിനെ മേയ്ച്ചും കളപറിച്ചും
അരികിലായവളന്നടുത്തുകൂടും
പൈ ദാഹം മാറ്റാനായ് കഞ്ഞിവെള്ളം
കാന്താരി മുളകിട്ട സംഭാരവും

അങ്ങനെ അഞ്ച് മക്കൾ, മൂന്നു പെണ്ണും രണ്ട് ആണും എത്ര പെട്ടന്നാണ് കാലം കടന്ന് പോയത്. മൂത്ത മകളെ പെണ്ണന്വേഷിച്ച് വന്നപ്പോഴാണ് അവൾ വളർന്നു എന്ന് ചിന്തിച്ചതു തന്നെ ശാരദ എന്റെ ചാരു അന്നു 18 വയസ്സ് തികയണമെന്നൊന്നുമില്ല. വയലേലകളിൽ പണിയെടുക്കുന്ന അദ്ധ്വാനശീലനായ അനന്തൻ അവന് 22 തികഞ്ഞിരുന്നോ കല്യാണത്തിന് മുമ്പ് തന്നെ മുറ്റം കിളച്ച്, നിലം തല്ലി കൊണ്ട് ശക്തമായി അടിച്ച് മിനുസം വരുത്തി ചാണകം മെഴുകി കണ്ണാടി പോലെ തിളങ്ങും. മെടഞ്ഞ ഓലകൊണ്ടുള്ള പന്തൽ മുറ്റത്തിന്റെ അരികുകളിൽ ഈന്ത് ഓലകെട്ടി അലങ്കരിച്ച് കുലച്ച വാഴ കമാനം പോലെ കുഴിച്ചിട്ട്, പന്തലിൽ വർണ്ണക്കടലാസ് മനോഹരമായി ഒട്ടിച്ച് ഇളകിയാടുന്നത് മനോഹര കാഴ്ച്ചയാണ്.

വരന്റെ ആളുകൾ വരിവരിയായി നടന്നാണ് വന്നത്. വാദ്യഘോഷത്തിന്റെ അകമ്പടിയോടെ അപ്പുവേട്ടൻ ഓരോരുത്തരെയും സ്വീകരിച്ചു. മുല്ലപ്പൂ മാലകളുടെ മനം മയക്കുന്ന സുഗന്ധം. ഒപ്പം തളിച്ച പനിനീരിന്റെയും വധുമുടിനിറയെ മുല്ലപ്പൂ ചൂടി നമ്രശിരസ്കയായി അമ്മായിയുടെ അകമ്പടിയോടെ

പന്തലിലെത്തി. അന്നത്തെ പൗരമുഖ്യൻ ഗോപാലേട്ടൻ മംഗളപത്രം വായിച്ചു. ഫ്രെയിം ചെയ്ത മംഗള പത്രം വധുവിന്റെ കയ്യിലും വരന്റെ കയ്യിലും വച്ചു കൊടുത്തു. തുടർന്നു സാമ്പാറും പ്രഥമനും അടക്കമുള്ള സദ്യ നിലത്ത് പുൽപ്പായ മടക്കി വിരിച്ച് ഇല വെച്ചാണ് കഴിക്കുന്നത്. വരന്റെ കൂടെ വന്ന മുഴുവൻ പേരും കഴിച്ചു എന്ന ഉറപ്പു വരുത്തിയാലേ വധുവിന്റെ ആൾക്കാർ കഴിക്കാൻ ഇരിക്കൂ..

പാടത്തും പറമ്പിന്റെ മൂലയിലും

ബന്ധുക്കൾ പലദിക്കിൽ മാറി നിൽക്കും

വധുവിന്റെ ബന്ധുക്കൾ വിനയത്തോടെ

ആനയിച്ചവരെ വിളിച്ചിരുത്തും

ആരെയെങ്കിലും വിളിക്കാൻ ഒഴിഞ്ഞുപോയാൽ അവർ പിണങ്ങിപ്പോകും. മകൾക്ക് ഒരു മാലയും 2 വളകളും അത്രയേ കൊടുക്കാൻ കഴിഞ്ഞുള്ളൂ. അന്നു വധുവിന്റെ കുടുംബ സ്വഭാവം, കാര്യപ്രാപ്തി ഇതിനൊക്കെയാണ് പ്രാധാന്യം

വേനലും മഞ്ഞും മഴയുമായ്

കാലം പതുക്കെ കടന്നുപോയി

ആയിരം മൊട്ടുകൾ പൂക്കളായി

ആയിരം പൂക്കൾ കൊഴിഞ്ഞുപോയി

എന്നു കവി പാടിയപോലെ, ശാരദയുടെ മകളുടെ കല്യാണം, അവൾ എഞ്ചിനിയർ ആയിരുന്നു. അവനും. അപ്പുവേട്ടന്റെ ആദർശങ്ങൾ കാറ്റിൽ പറത്തിക്കൊണ്ട് ആഡംബര കല്യാണം

വീടും തൊടിയും ആലക്തികതയിൽ

കൊട്ടും പാട്ടും വേദികളിൽ

ഫോട്ടോഷൂട്ടിന് ഡ്രസ്സുകൾ പലതരം

മാറിയണിഞ്ഞ് പുതുപെണ്ണും

ഗിഫ്റ്റുകൾ പലരും കൊണ്ടുവരുന്നു

ബിരിയാണിയും നൊട്ടിനുണയാൻ ഐസ്ക്രീമും

പായസമടക്കമുള്ള സദ്യകഴിക്കാൻ ആരും ഇല്ല. ബുഫെ എന്ന് പറഞ്ഞ് കുറെ വിഭവങ്ങൾ നിരത്തി വച്ചു. ഓരോരുത്തരും പ്ലേറ്റുമെടുത്തു ഭിക്ഷാംദേഹിയെപ്പോലെ ചെല്ലുക. സാമ്പാർ ഒഴിക്കട്ടെ, കുട്ടുകറി വേണോ, കുറച്ചുകൂടി ചോറ് തുടങ്ങിയ സ്നേഹ സംഭാഷണങ്ങളും കുശലങ്ങളും തീരെയില്ല.

കൃത്രിമ ലോകം ക്ഷണിക്കപ്പെട്ടവർ വരുന്നു. ഹാജർ വെക്കാനെന്നപോലെ വധുവരന്മാരുടെ കൂടെ ഫോട്ടോ എടുക്കുന്നു. നേരെ ഭക്ഷണശാലയിലേക്ക് എല്ലാം വേണ്ടതിലധികമെടുത്ത് എച്ചിലാക്കി പ്ലാസ്റ്റിക്ക് സഞ്ചിയിൽ ചൊരിയുക. അപ്പുവേട്ടനിലെ കർഷകൻ മിതവ്യയി, വിശപ്പിന്റെ വിലയറിഞ്ഞ, ദാരിദ്ര്യം തിരിച്ചറിഞ്ഞ വ്യക്തിത്വം. ആ മനസ്സ് വല്ലാതെ വിങ്ങുന്നത് അദ്ദേഹം മാത്രമേ അറിഞ്ഞുള്ളൂ. ഒരു നെടുവീർപ്പോടെ അപ്പുവേട്ടൻ ഓർത്തു. ഈ ധൂർത്തു വീണ്ടും ആവർത്തിക്കാൻ പോവുകയാണ്. തന്റെ അശീതി, 80-ാം പിറന്നാൾ മക്കളും ചെറുമക്കളും ചേർന്ന് ആഘോഷമാക്കാൻ പോവുകയാണ്. ഇതിന് എങ്ങനെ തടയിടും.

ഒരു കൊച്ചു ഓലപ്പുരയിലെ അച്ഛൻ, അമ്മ, അച്ഛരാച്ഛൻ, അമ്മൂമ്മ. ഇളയമ്മ, ഇളയച്ഛൻ, എല്ലാം ഒരുമിച്ചു കഴിഞ്ഞകാലം വിശാലമായ പറമ്പിന്റെ നടുക്ക് ഒരു കൊച്ച് വീട് ആണുങ്ങൾ വീട്ടുവരാന്തയിലും മഴയില്ലെങ്കിൽ മുറ്റത്തു മെടഞ്ഞ ഓലവിരിച്ച് ഒരു തുണിവിരിച്ച് സുഖമായി ഉറങ്ങിയിരുന്നു. തെരുവുനായകളെയോ ഇഴജന്തുക്കളെയോ ഭയമില്ലായിരുന്നു. കുറുനരികളുടെ ഓരിയിടൽ ഉറക്കത്തിന് സംഗീതമായിരുന്നു.

മഴക്കാലമായാൽ ....

തുള്ളിക്കൊരുകുടം പെയ്യുമ്പോൾ

തുള്ളിച്ചാടും കൊച്ചരുവി

തോടുകൾ പുഴകൾ കാട്ടാറുകളും

കളകളമൊഴുകി കടലിലൊതുങ്ങി

തെങ്ങിൻ തോപ്പിൽ, കുളങ്ങളിൽ ജല സമൃദ്ധി, ഭൂഗർഭജലം കിണറുകളുടെ ആഴം കുറച്ചു പാളയും കയറുമുപയോഗിച്ച് വെള്ളം കോരുക അപ്പുവിന്റെ പണിയായിരുന്നു. പാത്രങ്ങളിൽ നിറച്ച വെള്ളം കരിയിലകൾ കത്തിച്ച് കുളിക്കാനുള്ള വെള്ളം ചൂടാക്കുമ്പോൾ തണുപ്പ് മാറുകയും ചെയ്യും.

ഒഴുക്കു വെള്ളത്തെ തടഞ്ഞു നിർത്തുക അത് ആരുടെ ആശയമായിരുന്നു? അണക്കെട്ട് ജലവൈദ്യുത പദ്ധതി. മണ്ണെണ്ണ വിളക്കും നിലവിളക്കും കണ്ടവർ ആലക്തികതയിൽ കുളിച്ച് നിൽക്കുമെന്ന് സ്വപ്നം കണ്ടിട്ടു പോലുമില്ല.

കാശ്മീരിലെ ഉറിഡാം മുതൽ കേരളത്തിലെ മുല്ലപ്പെരിയാർ ഡാം വരെ എത്രയെത്ര അണക്കെട്ടുകൾ പ്രകൃതി രമണീയതക്ക് തടസ്സം നർമ്മദയെ രക്ഷിക്കാൻ മേധാപട്കർ, ഭാഷകൊണ്ട് സുഗതകുമാരി ടീച്ചർ എല്ലാം വിഫലം ജലസംഭരണികൾ നിറഞ്ഞു കവിഞ്ഞപ്പോൾ പ്രകൃതിക്ഷോഭം.

അണപൊട്ടിയൊഴുകുന്ന പ്രകൃതിതൻ രോഷം
സംഹാരതാണ്ഡവമാടുകയായ്
വീടും കുടിലും പറമ്പും പാടവും
ജലപരവതാനിക്കടിയിലായി
പ്രകൃതി തൻ പ്രകൃതത്തെ മാറ്റി മറിക്കുകിൽ
തകരുന്നതെല്ലാം നിസ്സഹായർ

മണിമാളിക പണിതു സുഖിച്ചു വാഴുന്നവരും വെള്ളത്തിനടിയിൽ വീട്ടിലും ബാങ്കിലും പണം ധാരാളമുള്ളവർ അഭയാർത്ഥി സങ്കേതത്തിൽ ഉടുതുണിക്ക് മറുതുണിയില്ല. അന്തിയുറങ്ങാൻ സ്കൂളിലും പള്ളികളിലും അഭയം തേടേണ്ട അവസ്ഥ പൂന്താനം പാടിയ പോലെ

രണ്ടുനാലുദിനം കൊണ്ടൊരുത്തനെ
തണ്ടിലേറ്റി നടത്തുന്നതും ഭവാൻ
മാളികമുകളേറിയ മന്നന്റെ
തോളിൽ മാറാപ്പു കേറ്റുന്നതും ഭവാൻ

അപ്പുവേട്ടനും പ്രളയദുരിതങ്ങൾ മറക്കാനാവാത്തതാണ്. നട്ടുനനച്ച വാഴത്തോപ്പ്, പച്ചക്കറികൾ, കൂടയിലെ കൂട്ടിവെച്ച തേങ്ങ എല്ലാം വെള്ളം കൊണ്ട് പോയി വീട് മാത്രം ബാക്കിയായി. മക്കൾ വിദേശത്തും സുരക്ഷിത സ്ഥലങ്ങളിലും

പ്രളയം പ്രളയം പ്രളയജലം
കയറി നിന്ന മരശിഖരം
മത്സ്യത്തൊഴിലാളി വേഷത്തിൽ
ചെറുവള്ളങ്ങൾ വഞ്ചികളും
തുഴയും കൈകൾ നീളുന്നു
ഒഴുകുന്നവരെ രക്ഷിക്കാൻ
ഒറ്റപ്പെട്ടവരുടെ വിളികേൾക്കാൻ

മനുഷ്യൻ മനുഷ്യരുടെ മൂല്യം തിരിച്ചറിഞ്ഞ ദിവസങ്ങൾ വന്യജീവികളും പാമ്പും മനുഷ്യനും അഭയസ്ഥാനങ്ങളിൽ ഒരുമിച്ച് നനഞ്ഞു കുതിർന്ന ഭക്ഷണ സാധനങ്ങൾ രക്ഷകരെയും കാത്ത് ജീവന്മരണപ്പോരാട്ടം.

കാരുണ്യമോലുന്ന കൈകളുമായ്
പുതുവസ്ത്രം കമ്പിളി പലവ്യഞ്ജനം
പലഹാരപ്പൊതികൾ കളിപ്പാട്ടങ്ങൾ
പലതരം പലതരം ധാന്യങ്ങളും

മനുഷ്യത്വം പലരൂപത്തിൽ എത്തിയപ്പോൾ രാത്രിയിൽ വാഹനവുമായ് വന്ന് അതു കടത്തിക്കൊണ്ട് പോകാനും ശ്രമിച്ചു. എത്ര ക്രൂരമായ ചിന്താഗതി! അപ്പുവേട്ടനിൽ നിന്നും ഒരു നെടുവീർപ്പ് ഉയർന്നു. പ്രളയ വാർത്തകൾ കണ്ട് മരവിച്ച് ടെലിവിഷൻ തുറക്കാതെയായി. എന്നാൽ പത്രപാരായണം പ്രഭാതശീലങ്ങളിലൊന്നായി. അപ്പുവേട്ടൻറെ കണ്ണുകൾ ആ വാർത്തയിൽ തറഞ്ഞു നിന്നു. സ്ത്രീധന പീഡനം ഭർത്താവ് അറസ്റ്റിൽ

കുലമഹിമ നോക്കി കുടുംബാംഗങ്ങൾ തമ്മിൽ നിശ്ചയിച്ചുറപ്പിച്ച് വിവാഹം ചെയ്ത് കാലം. വധുവിന് വീട് ഭരികാനുള്ള പാടവം കുടുംബ ബന്ധങ്ങളെ മാനിക്കാനുള്ള പാരമ്പര്യം, വീട്ട് കാര്യങ്ങൾ ചെയ്യാനുള്ള പ്രാപ്തി, സ്ത്രീ, സ്ത്രീയായിരുന്നു. ധനം പൊന്നും പണവും വേണ്ട പെണ്ണുമതി.

എപ്പോഴാണ് മാറ്റങ്ങൾ തുടങ്ങിയത്? ധനവാന്മാർ പെൺമക്കൾക്ക് സ്വർണ്ണവും പണവും കൊടുത്ത് ആർഭാടമായി നാടടക്കം ക്ഷണിച്ച് പൊങ്ങച്ചം കാണിച്ചു. അതിന്റെചുവടുപിടിച്ച് പാവങ്ങളും പുരുഷന്മാരുടെ ചിന്താഗതിയെ മാറ്റിമറിച്ചുകൊണ്ട് അതൊരു സമ്പ്രദായമായി പടർന്നു കയറി,

സ്ത്രീയോടൊപ്പം സ്ത്രീധനമെന്നത് സ്ത്രീകൾക്കിന്നൊരു ഭാരം
ആർത്തി മുഴുത്തവരെല്ലാം പൈശാചികായ് പെരുമാറി
പീഡിതരായും നിന്ദിതരായും പട്ടിണി മരണം നടക്കുന്നു.
പൊരുതി നടക്കാനാവാത്തവരോ സ്വയഹത്യയ്ക്ക് മുതിരുന്നു.

മടിയന്മാരെ സൃഷ്ടിക്കുന്ന സമ്പ്രദായം അപ്പുവേട്ടന് അമർഷം സഹിക്കാനാവുന്നില്ല. അദ്ധ്വാനിച്ച് കുടുംബം പോറ്റിയ അപ്പുവേട്ടൻ,

ഭാര്യയെയും മക്കളെയും പട്ടിണി കിടക്കാതെ സംരക്ഷിച്ചു. പക്ഷേ സ്ത്രീധന സമ്പ്രദായത്തോടെ ചില പുരുഷന്മാർ യാതൊരു തൊഴിലും ചെയ്യാതെ ഭാര്യവീട്ടിൽ നിന്നും കിട്ടുന്നത് ധൂർത്തടിച്ച് സുഖിച്ച് ഉത്തരവാദിത്തമില്ലാത്ത പൗരന്മാരായി മാറുന്നു.

എത്ര കിട്ടിയാലും ആർത്തിമാറാതെ ഭാര്യയെ കൊല ചെയ്ത് വീണ്ടും കല്യാണം കഴിക്കാനുള്ള പ്രവണത. പത്രപാരായണം ദിനചര്യയാണ്. എന്നാൽ അശുഭവാർത്തകളാണ് കൂടുതൽ

ഭാരത ജനതയെ സംരക്ഷിക്കുന്ന ധീരജവാന്മാർ ശത്രുവിന്റെ നിറതോക്കിനു മുന്നിൽ വീരമൃത്യു വരിച്ച വാർത്ത, 'സല്യൂട്ട് ചെയ്ത് മൃതദേഹം ഏറ്റുവാങ്ങുന്ന ഭാര്യ, അമ്മ, മക്കൾ.

അതിർത്തി കാക്കും കാവൽ ഭടന്മാർ

തുരത്തിടുന്നു എതിരാളികളെ

നിനച്ചിരിക്കാതൊരു നിമിഷത്തിൽ

വീരമൃത്യു വരിക്കുന്നു.

അപ്പുവേട്ടൻ ഭാരതത്തിലെ ധീരജവാന്മാരെക്കുറിച്ച് എഴുന്നേറ്റ് നിന്ന് മാത്രമേ ഓർക്കുക പോലും ചെയ്യാറുള്ളൂ ഹിമസാനുക്കളിൽ, ശത്രുപാളയത്തിനടുത്ത്, കൊടും വനത്തിൽ ഒപ്പം ഏത് അപകട സ്ഥലത്തും സുരക്ഷയ്ക്കായി ജീവിതം സമർപ്പിച്ചവർ.

തന്റെ മകന്റെ മകൻ ഉണ്ണി എന്നു വിളിക്കുന്ന ധീരജ്, അവനും ധീരജവാനാണ്. അവൻ കഴിഞ്ഞ അവധിക്കു നാട്ടിൽ വന്നപ്പോൾ സമ്മാനിച്ച മൊബൈൽ ഫോൺ ശബ്ദിക്കുന്നു. ധീരജ് തന്നെയാണ് വിളിക്കുന്നത്. അപ്പുവേട്ടൻ ഫോൺ കാതോട് ചേർത്തു. മുത്തച്ഛാ, അശ്ലീതി അവനും സംസാരിക്കാൻ ഒരേ ഒരു വിഷയം മുത്തച്ഛരന്റെ അശ്ലീതി ആഘോഷം ഷഷ്ഠിപൂർത്തിയും സപ്തതിയും ആഘോഷിക്കാത്തവർ, 80 വയസ്സിന് കൊടുക്കുന്ന പ്രാധാന്യം. ഒരു ഒത്തുകൂടലിന്റെ ആഘോഷം എന്ന പേരിൽ ആഡംബരം കാണിക്കാനും, പണം ചിലവഴിക്കാനും ഉള്ള അവസരം അവൾ നേരത്തെ പോയതുകൊണ്ട് ഈ ധൂർത്ത് കാണേണ്ടി വരില്ല. ധീരജ് ഭാരതം കാക്കുമ്പോൾ മറ്റ് കൊച്ചുമക്കൾ വിവിധ രാജ്യങ്ങളിൽ ജോലി ചെയ്യുന്നു. അമേരിക്ക, ലണ്ടൻ, ഖത്തർ എവിടെയൊക്കെയാണവർ അതും യുവാക്കൾ നാടിനെ സമ്പന്നമാക്കേണ്ടവർ

വേതനമൊട്ടും നൽകാതെ

പടിവാതിലുകൾ കയറിയിറങ്ങി
പരിതാപത്തോടെ മടങ്ങുമ്പോൾ
വൈദേശികളോ മാടിവിളിച്ച്
മക്കൾ വിദേശികളായ് മാറുന്നു

നേടിയ വിദ്യാഭ്യാസത്തിനൊത്ത ജോലി നൽകാതെ അർഹതപ്പെട്ട ശമ്പളം ലഭിക്കാതെ, സ്വന്തം നാട്ടിൽ പഠിച്ച മക്കൾ വിദേശരാജ്യങ്ങളിൽ ചേക്കേറുന്നു. മസ്തിഷ്ക വരൾച്ച.

പ്രബുദ്ധരായ ജനതതി
പുരോഗതിക്കായ് തുനിയുമ്പോൾ
പ്രഗത്ഭരെയെല്ലാം നാടുകടത്തി
പ്രവാസികളായ് മാറ്റുന്നു.

അപ്പുവേട്ടന്റെ ചിന്തകളിൽ ആത്മരോഷം ആളിക്കത്തി, മികച്ച പെരുതേരി മികച്ച ആശാരി തയ്യൽക്കാരൻ, ഭണ്ഡാരി, എഞ്ചിനീയർ, ഡോക്ടർ എല്ലാവരുടെ കഴിവുകളെല്ലാം വിദേശരാജ്യങ്ങൾ പ്രയോജനപ്പെടുത്തി നേട്ടം കൊയ്യുന്നു. മലയാളികളില്ലാത്ത മലയാളനാട്.

മാമല താഴ് വര കാട്ടരുവി നീർച്ചോല
മാമല നാട്ടിന്റെ ഭംഗിയല്ലോ
കുടച്ചൂടി നിൽക്കുന്ന കേരവൃക്ഷങ്ങളും
മാമ്പൂമണമുള്ള തോപ്പുകളും
വള്ളിപ്പടർപ്പും തരുനിരയും
കണിക്കൊന്നയും മുല്ലവള്ളികളും

ഐശ്വരത്തിന്റെ സമൃദ്ധിയുടെ സൗന്ദര്യത്തിന്റെ നാടായ മലയാള നാടിന്റെ ഇന്നത്തെ അവസ്ഥ എന്താണ്.

തീവണ്ടിപ്പാത ഇരട്ടിപ്പുപാത
റോഡ് വികസനം മറ്റൊരിടത്ത്
കെട്ടിട നിർമ്മാണം തകൃതിയായി
നിർമ്മിച്ചതൊക്കെയും ആളൊഴിഞ്ഞും.

ഇനിയും നമ്മുടെ യുവതലമുറയെ മാന്യമായ വേതനം കൊടുത്തു. മാന്യമായ ജോലി നൽകി ഇവിടെ നിലനിർത്തിയില്ലെങ്കിൽ കേരള സംസ്ഥാന പൈതൃകം അന്യം നിലച്ചു പോകും. ഭരിക്കുന്നവരും ഭരിക്കപ്പെടുന്നവരും കൈകോർക്കണം. പൊതുജന അഭിപ്രായത്തിന്

വിലകൽപ്പിക്കണം. അപ്പുവേട്ടൻ്റെ മനസ്സ് നീറിക്കൊണ്ടിരുന്നു. വേനലിന്റെ കൊടും ചൂട് പുറത്തും.

വൃക്ഷത്തലപ്പില്ലാതെ ശൂന്യമായ തരിശായ പാതകൾ, മുൻപ് ഓരോ തറവാടിനും കുടുംബക്ഷേത്രം ഉണ്ടായിരുന്നു. ക്ഷേത്രത്തിനടുത്ത് ഒരു കുളം, വൃക്ഷലതാദികൾ നിറഞ്ഞ കാവും കിളികുജനവും

ഭാരതാംബയുടെ ഭൂപ്രകൃതിക്കനുസരിച്ച് അക്ഷാംശവും രേഖാംശവും കണകാക്കി കൊടുങ്കാറ്റിനെയും പ്രളയത്തെയും ചെറുത്തു നിൽക്കാൻ പണിത പൂർവ്വിക ക്ഷേത്രങ്ങൾ അന്നത്തെ വാസ്തുശാസ്ത്രം ഇന്നത്തെ എഞ്ചിനീയർമാർക്ക് നിഗൂഢം.

ക്ഷേത്രങ്ങൾ കേവലം തൂണുകളല്ല
കൽപ്രതിമകളോ വെറും കല്ലുകളല്ല
പ്രകൃതി ക്ഷോഭത്തിൽ മർത്ത്യനെ
രക്ഷിക്കും മാസ്മരിക പ്രഭാവങ്ങളാണവ

അപ്പുവേട്ടന് ഏതെങ്കിലും ക്ഷേത്രത്തിൽ പോകണമെന്ന തോന്നലുണ്ടായി. പണ്ട് രാജാക്കന്മാർ മൃഗയ വിനോദത്തിനായി കാട് വെട്ടിതെളിച്ചു. ഗതാഗതത്തിന്റെ പേര് പറഞ്ഞ് ഇപ്പോൾ നാടും വെളുപ്പിക്കുന്നു. പ്രതികരിച്ചാലും ഫലമില്ല. പ്രകൃതി സംരക്ഷണത്തിനു മുതിർന്ന സുഗതകുമാരി ടീച്ചറെയും മേധാപട്കറെയും വിമർശിച്ചവർ. ഇനി വരാനിരിക്കുന്നത് സർവ്വനാശം. തിരിച്ചടിയാകും വരെ ഇതു തുടരും. കന്യാകുമാരിയിലും കൈലാസത്തിലും കാശിയിലും ദ്വാരകയിലും പോകണമെന്ന് അപ്പു ഏട്ടന് ആഗ്രഹമുണ്ട്. ആഗ്രഹങ്ങൾ ഉപേക്ഷിച്ച് എല്ലാം ദാനമായി നൽകേണ്ട ഈ അശീതിയിൽ അത്തരംമോഹങ്ങൾ പാടില്ല. ഏറ്റവും അടുത്തുള്ള ശ്രീകൃഷ്ണ ക്ഷേത്രത്തിന്റെ നടക്കൽ എത്തിയപ്പോൾ പൂർവ്വകാല സുഹൃത്ത് ബാലനെ കണ്ടുമുട്ടി

അവർ ഒരുമിച്ച് ക്ഷേത്രത്തിൽ കയറി തൊഴുതു. ക്ഷേത്രക്കുളത്തിനടുത്തുള്ള കൽപടവിൽ ഇരുന്നു. അപ്പു അറിഞ്ഞോ അങ്ങ് ചൈനയിൽ കൊറോണ രോഗം പോലും ശ്വാസം മുട്ടി പിടഞ്ഞ് മരിച്ച് വീഴുക. മരുന്നില്ലത്രേ.എന്നാലും ചൈനയിലല്ലേ. നമുക്ക് പേടിക്കേണ്ട. അവർ തിരിച്ചു നടക്കുമ്പോൾ വല്ലാത്ത ആശ്വാസം.

നാടുകൾ താണ്ടി കടൽ കടന്നും
വിമാനത്തിലേറി ലോകമെങ്ങും

നേത്രഗോചരമല്ലാത്ത വൈറസ്
താണ്ഡവമാടുന്നു ഭൂതലത്തില്‍
പക്ഷിമൃഗാദികള്‍ മിത്രങ്ങളല്ലോ
മര്‍ത്ത്യനെ മാത്രം തിരയുകയല്ലോ

കാട്ടുതീ പോലെ ആളിപ്പടര്‍ന്ന് മനുഷ്യനെ മാത്രം ആക്രമിക്കുന്ന സൂക്ഷ്മാണു. മുതിര്‍ന്ന പൗരന്മാര്‍ പുറത്തിറങ്ങരുത്. വിലക്കുകളുടെ ലോകത്ത് അശീതിക്കാരന്‍ അപ്പുവേട്ടനും പുറത്തിറങ്ങാന്‍ പാടില്ല. മുഖം മറച്ച് നടക്കണം. മനുഷ്യനു മനുഷ്യനെ ഭയം. അയിത്തം

മര്‍ത്ത്യന്ന് മര്‍ത്ത്യനെ കണ്ടുകൂടാ
മാസ്കിന്‍ മുഖം പൂഴ്ത്തി നടപ്പവര്‍
സാനിറ്റൈസില്‍ മുങ്ങിക്കുളിച്ചവര്‍
കിറ്റു ധരിച്ചവര്‍ കിറ്റു ലഭിച്ചവര്‍
കിട്ടുന്നതു കൊണ്ട് പശിയടക്കി

സേവനത്തില്‍ മുഴുകിയ നഴ്സുമാര്‍, ഡോക്ടര്‍മാര്‍, സഹായികള്‍, വ്യവസായ പ്രമുഖര്‍, പണ്ഡിതര്‍, ഹൊ....കൊറോണ വൈറസിന്റെ താണ്ഡവത്തില്‍ ദഹിച്ചവര്‍. എണ്ണി യാലൊടുങ്ങാത്ത മൃതദേഹങ്ങള്‍. പ്രാണവായുവിന് വേണ്ടി അടിപിടികള്‍ മുതിര്‍ന്ന പൗരന്മാരെ അവഗണിച്ചു യുവാക്കളെ സംരക്ഷിക്കാന്‍ ശ്രമം. അപ്പുവേട്ടന് ടെലിവിഷന്‍ തുറക്കുന്നത് പേടി. സന്ധ്യാനേരത്ത് രോഗബാധിതരുടെ മരിച്ചവരുടെ എണ്ണം വെളിപ്പെടുത്തല്‍. ഉറ്റവര്‍ക്ക് ഒരു നോക്ക് കാണാന്‍ കഴിയാതെ കരിമ്പട്ടില്‍ പൊതിഞ്ഞ് ശവദാഹം

വയ്യെനിക്കിതു കാണുവാന്‍
വയ്യെനിക്കിതു താങ്ങുവാന്‍
ആര്‍ത്തനാദം മുറവിളിച്ചുറ്റിലും
ദീന ദീനം വിലാപമുയരുന്നു.

മാത്രമോ ക്ഷേത്രങ്ങള്‍ അടച്ചുപൂട്ടി, വിമാനം, തീവണ്ടി, ബസ് സര്‍വ്വീസ് എല്ലാം നിര്‍ത്തലാക്കി. പവിത്രീകരണം വീടുകള്‍ തോറും പ്രാര്‍ത്ഥനമന്ത്രങ്ങള്‍ ക്ഷേത്രങ്ങളില്‍ പൂജാരിക്ക് പോലും പോകാന്‍ ധൈര്യമില്ല. പാലഭിഷേകം നെയ്യഭിഷേകം എല്ലാം മുടങ്ങി. ഓരോ വീടും പ്രാര്‍ത്ഥാനലയമായി.

വാഹനങ്ങളില്ല, വായു ശുദ്ധമായി, മായം ചേര്‍ത്ത ഭക്ഷണമില്ല. രോഗം കുറഞ്ഞു. സ്വര്‍ണ്ണം വേണ്ട, പണം വേണ്ട, പഠിത്തം

ഓൺലൈൻ ആയി, കല്യാണ ധൂർത്ത്, അപകട മരണങ്ങൾ, കൊലപാതകങ്ങൾ എല്ലാം കുറഞ്ഞു. യഥാർത്ഥ ശുദ്ധീകരണം വീടുകളിൽ ആളുകളുണ്ട്.അടുപ്പ് പുകയുന്നുണ്ട്. അതു നല്ല കാര്യമായി അപ്പുവേട്ടനു തോന്നി.

പ്രപഞ്ച രഹസ്യങ്ങളെ അനാവരണം ചെയ്യാൻ ജനിതക എഞ്ചിനീയറിങ്ങ്. ജീവ സ്വഭാവത്തിന് നിദായമായ DNA തന്മാത്രകളെ അനാവരണം ചെയ്യാനുള്ള ശ്രമം ആ ശ്രമത്തിലുള്ള വീഴ്ചയിൽ സൃഷ്ടിക്കപ്പെട്ടത് ഉൽപരിവർത്തന വിധേയമായ കൊറോണ വൈറസുകളെ ജൈവായുധം. ലോക ജനതയെ നശിക്കാനുള്ള ജൈവായുധം. അപ്പുവേട്ടൻ മഹാഭാരതത്തിൽ പതിനാറാം പർവ്വമായ മൗസലപർവ്വം ഓർത്തു പോയി. കൊറോണ വൈറസ് മൗസല പർവ്വം ആവർത്തിക്കുകയാണോ? ദ്വാപരയുഗത്തിന്റെ അവസാന കാലഘട്ടം. നൂറുപുത്രന്മാരെ നഷ്ടപ്പെട്ട ഗാന്ധാരി ശ്രീകൃഷ്ണനാണ് ഇതിന് കാരണക്കാരൻ എന്നും അതിനാൽ ശ്രീകൃഷ്ണന്റെ വംശം നശിക്കുന്നത് നേരിട്ടു കാണേണ്ടിവരും എന്നു ശപിക്കുന്നു. ശ്രീകൃഷ്ണന്റെ പ്രഭാവത്തിൽ യാദവവംശം അഹങ്കാരികളായി.

മത്തരായി മദോന്മത്തരായി

അധികാരമധികമായ് ധൂർത്തരായി

തമ്മിൽ തല്ലിയും പോർവിളിച്ചും

ജനജീവിതം നരകതുല്യമാക്കി

തങ്ങളോടെതിർക്കാനും അങ്ങോട്ട് ചെന്നെതിരിടാനും ആരും ഇല്ലാതായപ്പോൾ അവർ തമ്മിൽ തമ്മിൽ പോർവിളി നടത്തി. അങ്ങനെ യാദവ വംശം സ്വന്തം വംശനാശം വരുത്തിവെക്കുന്ന സ്ഥിതി ഉണ്ടായി. ശ്രീകൃഷ്ണന്റെ പുത്രനായ സാംബൻ ഗർഭിണിയുടെ വേഷം കെട്ടി. വിശ്വാമിത്രൻ, കണ്വൻ തുടങ്ങിയ മുനിമാരുടെ അടുത്തെത്തി അവരോട് ചോദിച്ചു.

നിറവയർ കണ്ണിയിവൾ പേറ്റുനോവിന്നു

സമയമായെങ്കിൽ പറയൂ മഹാമുനേ

പ്രസവിച്ചിടുന്നതു പുത്രിയോ പുത്രനോ

പ്രവചിച്ചനുഗ്രഹിക്കേണം മഹാമുനേ

തങ്ങളെ പരിഹസിക്കുകയാണെന്ന് തിരിച്ചറിഞ്ഞ മുനി പ്രവചിച്ചു : ഇവൾ പ്രസവിക്കുന്നത് ഇരുമ്പുലക്കയെയായിരിക്കും. ആ

ഇരുമ്പുലക്ക കൊണ്ട് നിങ്ങൾക്ക് വംശനാശം ഭവിക്കും ശാപം ഏറ്റുവാങ്ങിയ യാദവർ ഞെട്ടി. മുനി ശാപത്തിൽ നിന്ന് എങ്ങനെ മോചനം നേടും. അവർ സാക്ഷാൽ ശ്രീകൃഷ്ണനെ അഭയം പ്രാപിച്ചു. സാംബൻ പ്രസവിച്ച ഇരുമ്പുലക്ക രാകിപൊടിയാക്കി കടലിലെറിഞ്ഞു.രാകാൻ പറ്റാത്ത ചെറിയ കഷ്ണവും കടലിലെറിഞ്ഞു. ആശ്വാസം അധികം നീണ്ടു നിന്നില്ല. ശങ്കരപൂജയ്ക്ക് കുരുക്ഷേത്ര യുദ്ധത്തിൽ ചതിക്കപ്പെട്ടവരെക്കുറിച്ച് വാക്ക് തർക്കം തകൃതിയായി.

ആയുധമില്ലാത്തവർ നദീതീരത്ത് വളർന്ന ഒരു തരം മുള്ളുള്ള ഏരകപ്പുല്ലുകൾ പറിച്ചെടുത്ത് തമ്മിൽ തല്ലി ചത്തു. രാകിപ്പൊടിച്ച ഇരുമ്പുലക്കയാണ് ഏരകപ്പുല്ലായി വളർന്നത്. ബാക്കിയായത് ബലരാമനും ശ്രീകൃഷ്ണനും ബലരാമന്റെ ആത്മാവ് അനന്തന്റെ രൂപത്തിൽ ആകാശത്ത് വിലയം പ്രാപിച്ചു. മത്സ്യത്തിന്റെ വയറ്റിൽ നിന്നും കിട്ടിയ ഇരുമ്പു കഷണം ഒരു വേടൻ അമ്പാക്കി മാൻപേടയാണെന്നു കരുതി ശ്രീകൃഷ്ണന്റെ പാദത്തിൽ എയ്ത് വീഴ്ത്തി ശ്രീകൃഷ്ണനും ആത്മാവായി വിഷ്ണു ലോകം പൂകിയ കഥ അപ്പുവേട്ടൻ ഓർത്തു.

ശ്രീകൃഷ്ണനെയും നഷ്ടപ്പെട്ടപ്പോൾ പാണ്ഡവർക്ക് ജീവിതം മടുത്തു. പാണ്ഡവരുടെ സ്വർഗ്ഗാരോഹണവും യുധിഷ്ഠിരന്റെ നരകദർശനവും എന്തേ ഇങ്ങനെ ചിന്തിക്കാൻ!. അപ്പുവേട്ടനും അശീതി ആഘോഷത്തിന് തയ്യാറാവുകയാണ്.

അതേ ഏരകപ്പുല്ലുകളാണോ കൊറോണ വൈറസ്. മനുഷ്യരാശി പ്രകൃതിയോട്, ജീവജാലങ്ങളോട്, സചേതന അചേതന വസ്തുക്കളോട് ചെയ്ത അനീതി, ഏതു മൃഗത്തെയും കൊല്ലാനുള്ളതാണെന്ന ചിന്താഗതി, എല്ലാം എന്റേതാണ് എന്ന . വർഷങ്ങൾ കൊണ്ട് പടർന്നു പന്തലിച്ച വൃക്ഷങ്ങൾ നിമിഷം കൊണ്ട് മുറിച്ചു വീഴ്ത്താനുള്ള സ്വാർത്ഥത. അതിന് തിരിച്ചടിയായി മനുഷ്യനെ മാത്രം തിരഞ്ഞു പിടിച്ചു കൊന്നൊടുക്കിയ മനുഷ്യ നിർമ്മിത വൈറസ്. മടിയിലിരുന്ന ഫോൺ ശബ്ദിക്കുന്നല്ലോ. ധീരജ് മോനാണ് മുത്തച്ഛരാ വാഹനങ്ങൾ ഒന്നും ഓടുന്നില്ല. പുറത്തിറങ്ങി നടക്കാൻ പോലും അനുവാദമില്ല.മുത്തച്ഛരന്റെ അശീതിക്ക് എത്തിച്ചേരാൻ കഴിയില്ല. വിദേശത്തുള്ള കൊച്ചു മക്കളും ഇതു തന്നെ ആവർത്തിച്ചു.

വിമാനമില്ല തീവണ്ടിയില്ല
റോഡിൽ ഗതാഗതം തീരെയില്ല
സ്വന്തം മുഖം മറക്കാതെ വഴിയിലും
മിണ്ടി നടക്കാനും യോഗമില്ല

മക്കളും കൊച്ചു മക്കളും വരില്ലെന്നറിഞ്ഞതോടെ അപ്പുവേട്ടൻ ആഹ്ളാദിച്ചു. ഒരു വലിയ ധൂർത്ത്, പൊങ്ങച്ചം കാണിക്കൽ, ആർഭാടം എല്ലാം ഒഴിവായി. അങ്ങനെ ആ ദിവസം വന്നെത്തി. അശീതി എൺപതാം പിറന്നാൾ, അപ്പുവേട്ടൻ രാവിലെ എഴുന്നേറ്റ് കുളി കഴിഞ്ഞ് അടുത്തുള്ള ക്ഷേത്രത്തിൽ പോയി തൊഴുതു മടങ്ങി. വീട്ടിൽ നിലവിളക്കു കൊളുത്തി പ്രാർത്ഥിച്ചു.

ലോകാസമസ്താ സുഖിനോ ഭവന്തു
സർവ്വചരാചരങ്ങൾ സുഖിനോ ഭവന്തു
സാഹോദര്യം സഹിഷ്ണുതയയും
നീണാൾ വാഴട്ടെ ഈയുലകിൽ

അതിനുശേഷം പരിപാവനമായ പൂജതുടങ്ങി. അടുപ്പ് വൃത്തിയാക്കി. മൺകലത്തിൽ വെള്ളം ഒഴിച്ച് അടച്ച് വച്ചു. അടുപ്പിൽ വിറക്, ചകിരി എടുത്തു വച്ചു. ഓലക്കണ്ണികൾ ദിവ്യമായ തീനാളം ഏറ്റുവാങ്ങി. നല്ല തവിടുള്ള കുത്തരി കഴുകിയിട്ടു. വെന്തുവരുന്ന അരിയുടെ സുഗന്ധം ചുറ്റുപാടും വ്യാപിച്ചു. സ്വാഹാ മന്ത്രം ഉരുവിട്ടു കൊണ്ട് മൺചട്ടിയിൽ ചെറുപയർ പുഴുക്ക്. കനലിൽ ചുട്ടെടുത്ത തേങ്ങ, വറ്റൽ മുളക്, ചെറിയ ഉള്ളി കല്ലുപ്പു ചേർത്ത് അമ്മിക്കല്ലിൽ ചമ്മന്തി അരച്ചു.

ചുട്ടരച്ച ചമ്മന്തി കൂട്ടി
ചുട്ടു പൊള്ളുന്ന കഞ്ഞികോരി
രുചിയുള്ള ചെറുപയർ പുഴുക്ക്
പ്ലാവില കൊണ്ട് കോരി
രുചിയോടെ ആറ്റി ആറ്റി
കൊതിയോടെ കുടിച്ചു കഞ്ഞി

അപ്പുവേട്ടൻ അശീതി ആഘോഷിക്കുമ്പോൾ കാക്കകളും കിളികളും പിറന്നാൾ ആശംസകൾ നേർന്നു കൊണ്ടേയിരുന്നു. ഒരു പിടി വറ്റ് അവർക്ക് വിതറിക്കൊടുത്ത അപ്പുവേട്ടന് ദീർഘായുസ്സും ആരോഗ്യവും നേർന്നുകൊണ്ട് എന്റെ ഈ കഥാപ്രസംഗം ഇവിടെ പൂർണ്ണമാകുന്നു.

അശീതി

നമസ്കാരം

3

അഭിമാനം

കഥാപ്രസംഗം-3

അഭിമാനം

മാന്യസദസ്സിനു വന്ദനം

ഇടശ്ശേരി ഗോവിന്ദൻ നായരുടെ "അങ്ങേവീട്ടിലേക്ക്" എന്ന കവിതയെ ആസ്പദമാക്കി ഒരു കഥാപ്രസംഗം തയ്യാറാക്കി അവതരിപ്പിക്കുകയാണ്. ആധുനിക ലോകത്തിൽ ആർഭാടത്തിനും ധൂർത്തിനും പൊങ്ങച്ചത്തിനുമിടയിൽ ബന്ധങ്ങളെ വകവെച്ചു കൊടുക്കാതെ തിരസ്കരിക്കുന്ന അവസ്ഥ ഇന്ന് എവിടെയും കാണാം.മക്കൾ അച്ഛനെയും അമ്മയെയും ഭാരമായി കണ്ട് വലിച്ചെറിയുന്ന കാലം. പോറ്റി വളർത്തിയതിന്റെ നന്ദി ലവലേശം കാണിക്കാത്തവർ. ഈ അവസ്ഥ നേരത്തെ മനസ്സിലാക്കിയ പോലെ ശ്രീ ഇടശ്ശേരി ഗോവിന്ദൻ നായർ "അങ്ങേവീട്ടിലേക്ക്" എന്ന കവിത രചിച്ചു. അകലെയുള്ള ഉൾനാടൻ ഗ്രാമത്തിലെ കൊച്ചുവീട് വൃദ്ധ ദമ്പതികളുടെ മകൾ. അതിസുന്ദരി.സുഭഗ

പനിനീർ ദളമൊത്ത പൂമേനി

കാർമുകിലൊക്കും കാർകൂന്തൽ

കടഞ്ഞെടുത്തൊരു ശിൽപം പോൽ

വഴിഞ്ഞൊഴുകും സൗന്ദര്യം

സുന്ദരിയായ മകൾക്ക് സുഭഗ എന്ന് പേരിട്ടത് അവൾ സൗന്ദര്യത്തിടമ്പായത് കൊണ്ടാണ്. സൗന്ദര്യത്തിനൊപ്പം വിദ്യാഭ്യാസം നൽകാനും ആ അച്ഛനുമമ്മയും ശ്രമിച്ചു. കോളേജ് യാത്രക്കിടയിലാണ് ആ പരിഷ്കാരി അവളെ കാണുന്നത്.

ആരിവൾ ആരിവൾ ശാലീന സുന്ദരി
ആരും കൊതിക്കുന്ന മോഹനാംഗി
ഏതു ഭവനത്തിലേതുകുലമായാലും
ഈ താരുണ്യം ഞാൻ സ്വന്തമാക്കും

ആ പട്ടണ പരിഷ്കാരി പലരോടും ചോദിച്ചു വീട് കണ്ടുപിടിച്ചു. അയാളുടെ പരിഷ്കാരത്തിന് ഒട്ടും ചേരാത്ത കൊച്ചു വീട്, അയാളുടെ അന്തസ്സിനും പ്രൗഢിക്കും ചേരാത്ത മാതാപിതാക്കൾ. പക്ഷെ ആ സൗന്ദര്യം കൈവിട്ടുകളയുന്നതെങ്ങനെ.

അങ്ങനെ ഔദ്യോഗിക കാര്യം നിർവഹിക്കാനെന്നപോലെ ആ എഞ്ചിനീയർ ആ കുടിലിൽ കയറി ചെന്നു. വൃദ്ധനായ അച്ഛരൻ ആഗതനെ ഒരു പൊട്ടിയ കസേരയിൽ ഇരുത്തി ആഗതൻ സ്വയം പരിചയപ്പെടുത്തി. പട്ടണത്തിൽ ഉന്നത തലത്തിൽ ജോലി ചെയ്യുന്നു. എഞ്ചിനീയർ മകളെ വിവാഹം കഴിച്ചുതരണമെന്നു നേരിട്ടു പറഞ്ഞു.

പകച്ചുപോയൊരാ വൃദ്ധൻ ചിന്തിച്ചു
കേട്ടത് സത്യമോ മിഥ്യയോ സ്വപ്നമോ
സമ്പാദ്യമായ് ഈ മകൾ മാത്രം
സമ്പത്തൊട്ടുമേ സ്വരൂപിച്ചിട്ടില്ല

കൂലി പണി ചെയ്തു ജീവിക്കുന്ന നിത്യ ജീവിതത്തിനായ് ബുദ്ധിമുട്ടുന്ന തനിക്ക്, സ്വർണമോ, പണമോ സ്വത്തോ നൽകാൻ പ്രാപ്തിയില്ല. അതുകൊണ്ട് എന്തുപറയണമെന്നറിയാതെ പകച്ചു നിൽക്കുന്ന അച്ഛരനോട് അയാൾ പറഞ്ഞു.എനിക്ക് താങ്കളുടെ മകളെ മാത്രം മതി തൊട്ടടുത്തുള്ള അമ്പലത്തിൽ നിന്നും മാലയിട്ട ഞാൻ ഇവളെ കൊണ്ടു പോകും. പക്ഷെ...... ഒരു വ്യവസ്ഥ.

ചെന്നു പോകരുതേതും നിസ്വൻ താൻ ജാമാതാവിൻ
മന്ദിരത്തിൽ സ്വന്തം മകളെ കാണാൻ പോലും

മകളെ അന്വേഷിച്ച് ഒരിക്കലും പട്ടണത്തിലെ ഗൃഹത്തിൽ അച്ഛരൻ വരരുത്. എത്ര ക്രൂരമായ വ്യവസ്ഥ. പക്ഷെ സ്വന്തം മകളുടെ ഐശ്വര്യം നിറഞ്ഞ ജീവിതം കാണാൻ കൊതിക്കുന്ന അച്ഛന് ആ വ്യവസ്ഥ അംഗീകരിക്കാൻ ആലോചിക്കേണ്ടി വന്നില്ല. ശ്രീ ഇടശ്ശേരിയുടെ വരികളിൽ തന്നെ പറഞ്ഞാൽ

ചേറടിത്തട്ടിൽ താണുകിടന്നേ മതിയാവൂ
സാരസ പുഷ്പത്തിനു സൂര്യനെ സ്നേഹിക്കുവാൻ

ചെങ്കതിർ മണികളോടപ്പമേ പത്തായത്തിൽ
ചെന്നുകൂടുവാൻ വൈക്കോൽ ചണ്ടിക്കെന്തവകാശം
സൂര്യനെ സ്നേഹിക്കാൻ താമര ചേറിൽ കിടന്നേ മതിയാവൂ.
പത്തായത്തിൽ കതിർമണികൾ അല്ലാതെ അതുവരെ താങ്ങായി നിന്ന
വൈക്കോൽ വയ്ക്കാറില്ല. അച്ഛരൻ ഇപ്പോൾ വൈക്കോൽ
സമാനൻ.ഇത്രയും നല്ല ഭർത്താവിനെ മകൾക്ക് കിട്ടാൻ വേണ്ടി എല്ലാ
വ്യവസ്ഥയും അംഗീകരിച്ചുക്കൊണ്ട് വൃദ്ധദമ്പതികൾ മകളെ
പറഞ്ഞയച്ചപ്പോൾ വേർപാടിന്റെ തീവ്രതയപ്പറ്റി ചിന്തിച്ചില്ല.

പാദസരത്തിൽ കിലുക്കമില്ല
അച്ഛരാ അമ്മേ വിളികളില്ല
തൊടിയിലും ചേറിലും പാടവരമ്പിലും
കൂട്ടുകൂടിയവൾ നില്പതില്ല.

അവർക്ക് ആഹാരം പാകം ചെയ്യാനോ, പണിക്ക് പോകാനോ
ഉത്സാഹമില്ലാതായി. മകളുടെ ചിന്തമാത്രം. മാസങ്ങൾ കഴിയവേ ആ
ദമ്പതികൾക്ക് മകളെ ഒരു നോക്ക് കാണാനുള്ള അഭിവാഞ്ഛര കൂടിക്കൂടി
വന്നു. മകൾ ഭാഗ്യവതിയാണ്. സമ്പൽസമൃദ്ധിയുടെ നടുവിൽ
കഴിയുന്ന ഭർത്താവ് എന്നാലും മകളെ ഓർത്ത് കണ്ണിൽ വെള്ളമൂറി
നിൽക്കുന്ന ആ വൃദ്ധന്റെ സങ്കടം കണ്ട് ഭാര്യ പറഞ്ഞു.

ദേവസന്നിധിയിൽ താലിചാർത്തി
അനുഗ്രഹാശിസ്സുകൾ നേർന്നതല്ലേ
വിറ്റതല്ലല്ലോ പോയ് കണ്ടു വിശേഷങ്ങൾ
തേടി തിരിച്ചു വന്നീടു മടിച്ചിടാതെ

ആ വൃദ്ധന്റെ കൺമുന്നിൽ മകളുടെ മുഖം മാത്രം. എല്ലാവരും
കൈവെടിഞ്ഞത് എന്തിന് മകൾ ചോദിക്കുന്നതു പോലെ തോന്നിയ
മാത്രയിൽ ഉൾപ്രേരണയാൽ തന്റെ വളഞ്ഞ കാലുള്ള കുടയുമെടുത്ത്
ഊന്നിയൂന്നി നടന്നു.

ഇല്ല വീടുമാറിപ്പോയിട്ടില്ല ഇതുതന്നെ തന്റെ മകളുടെ സൗഭാഗ്യം
വിളിച്ചോതുന്ന വീട്. ആ വീടിന്റെ മുറ്റത്ത് അന്യഥാ ബോധത്തോടെ
നിൽക്കുമ്പോൾ, ആലക്തികതയുടെ തീവ്ര പ്രകാശത്തിൽ
വെട്ടിതിളങ്ങുന്ന പൂമുഖത്ത് ജാമതാവ് സർവ്വപ്രൗഢിയോടെയും
ഇരിക്കുന്നുണ്ടായിരുന്നു. ഒപ്പം പരിഷ്കൃത വേഷം ധരിച്ച രണ്ടു പേർ.
സുഹൃത്തുക്കളായിരിക്കാം.

കണ്ടു പ്രൗഢനാം ജാമാതാവ്
ചുക്കിച്ചുളിഞ്ഞ വയോധികനെ
സൗഹാർദ്ദ സ്വാഗതമോതിയില്ല
പുച്ഛരത്തിൽ കുരമ്പയച്ചതില്ല.
ഒട്ടും നിനക്കാതെ എത്തിയ വൃദ്ധനെ
സംഭ്രമത്തോടയാൾ നോക്കി നിന്നു.

അപ്രതീക്ഷിതമായി മുറ്റത്തെത്തി നിൽക്കുന്ന ഭാര്യാ പിതാവിനെ തിരിച്ചറിഞ്ഞ അദ്ദേഹം എന്താണ് ചെയ്യേണ്ടതെന്നറിയാതെ ഈ പ്രതിസന്ധി നേരിടേണ്ടതറിയാതെ പരുങ്ങി.

അപ്പോൾ ആഗതനെ കണ്ട് മകൾ ഉമ്മറത്തെത്തി. അച്ഛരനെ കണ്ടു.പക്ഷേ ആ നിസ്സഹായയ്ക്ക് വിവാഹസമയത്തുള്ള വ്യവസ്ഥ അറിയാമായിരുന്നു. അച്ഛരനെ കെട്ടിപ്പിടിച്ച് അകത്തേക്ക് ആനയിക്കാൻ വെമ്പൽ കൊണ്ട മകൾ ഭർത്താവിന്റെ മുഖത്തേക്ക് നിസ്സഹായായി നോക്കി നിന്നു. കണ്ണുനീരണിഞ്ഞ കൺകോണുകളാൽ അച്ഛരന്റെ പാദങ്ങളെ നമസ്കരിച്ചു.മകളുടെ നിസ്സഹായാവസ്ഥയും ജാമാതാവിന്റെ പരിഭ്രമവും കണ്ട സുഹൃത്തുക്കൾ മുറ്റത്ത് നിൽക്കുന്ന വൃദ്ധനെപ്പറ്റി അന്വഷിച്ചു.

ഗ്രാമീണ കർഷകൻ പടുവൃദ്ധൻ
മുറ്റത്തു നില്പതു കാണുന്നില്ലേ
ഇങ്ങനെ നിൽക്കുവാൻ എന്തു ബന്ധം
സത്രമല്ലല്ലോ ഇത് രമ്യഹർമ്മ്യമല്ലേ.

പട്ടണ പരിഷ്കാരിയുടെ മനസ്സിൽ സംഘർഷം, തന്റെ ഭാര്യയുടെ പിതാവ് വിളിച്ചു പൂജിക്കേണ്ടയാൾ. പിത്യതുല്യൻ എന്നാൽ തന്റെ അഹങ്കാരം, ദുരഭിമാനം അദ്ദേഹത്തെ ആട്ടിയോടിക്കാനും പ്രേരിപ്പിക്കുന്നു.

എന്നാൽ സുഭഗയാവട്ടെ അച്ഛരന്റെ കാൽക്കൽ വീഴുകയാണോ വേണ്ടത്, ഓടിപ്പോയി പൊട്ടിക്കരയുകയാണോ ചെയ്യേണ്ടത് എന്നറിയാതെ വേദനവിങ്ങുന്ന മുഖത്തോടെ പൂമുഖത്ത് നിന്നു.

ആ വൃദ്ധന്റെ മാനസിക സംഘർഷം മറ്റൊന്നായിരുന്നു. തന്റെ പൊന്നോമന പുത്രിയെ കണ്ടിട്ടും ഒന്നും മിണ്ടാതെ എങ്ങനെ പോകും എന്നാൽ വ്യവസ്ഥ ലംഘിച്ചു വന്നതുകൊണ്ട് പുത്രീ ഭർത്താവിന്റെ മുഖം കാണുമ്പോൾ എങ്ങനെ നിൽക്കും ?

മാനവഹൃദയത്തിൽ മാറ്റങ്ങളൊക്കെയും
മാനവീയത തൊട്ടുതീണ്ടാത്തവ
പിത്യ സ്നേഹത്തെ തട്ടി മാറ്റീടുവാൻ
മർത്ത്യ സമുദായത്തിൽ പെട്ടവനാകുമോ

നടന്നു ക്ഷീണിച്ച് അവശനായ വൃദ്ധനു കാലുകൾ വേദനിക്കുണ്ടായിരുന്നു. ഒന്ന് ഇരിക്കാൻ, ഒന്ന് വിശ്രമിക്കാൻ തന്റെ ശരീരം വല്ലാതെ കൊതിക്കുന്നു.

പന്തികേടുകൾ കണ്ടു മിത്രങ്ങൾ വീണ്ടും ചോദ്യം
എന്തുള്ളൂ വിശേഷമിക്കിഴവൻ നിങ്ങൾക്കാരോ

ഇനിയും പ്രതികരിച്ചേ തീരു...... നീ ഇയാളെ അപ്പുറത്തെങ്ങാനും കൂട്ടി വല്ലതും കൊടുത്തേക്കു, ജാമാതാവ് ഭാര്യയോട് കൽപ്പിച്ചു.

സുഭഗയുടെ കണ്ണുകൾ നിറഞ്ഞു തുളുമ്പി. അച്ഛരാ, അച്ഛൻ എന്നോട് പൊറുക്കണം.എനിക്ക് കൂച്ചു വിലങ്ങ് ഇട്ടതു കണ്ടില്ലേ. ഇതാണ് ഇവിടുത്തെ അവസ്ഥ വ്യവസ്ഥ ലംഘിക്കാൻ എനിക്കാവുന്നില്ല. ആ കണ്ണുകൾ നിശബ്ദമായി പറഞ്ഞു കൊണ്ടേയിരുന്നു. ഇല്ല ഇനി ഇവിടെ നിന്നുകൂടാ. എന്റെ മകൾ ഐശ്വര്യ്യത്തിലാണ്.ആ സൗഭാഗ്യം താനായിട്ടു തല്ലിക്കെടുത്തേണ്ട.

വേദനതൻ വിങ്ങലിലും
പുഞ്ചിരി ചുണ്ടിൽ തങ്ങി നിന്നു
കാലുകൾ മെല്ലെ തിരിച്ചുവെച്ചു
യാത്രമൊഴി പോൽ പറഞ്ഞു വൃദ്ധൻ

മകളെ ക്ഷമിക്കണം.പ്രായമായില്ലേ? വഴി തെറ്റിപ്പോയി.അപ്പുറത്തെ വീട്ടിലായിരുന്നു പോകേണ്ടത്. വിങ്ങുന്ന ഹൃദയത്തെ അടക്കി നിർത്തിക്കൊണ്ട് അയാൾ കൂനി കൂനി ആ വീടിന്റെ പടിയിറങ്ങി.

അഹങ്കാരവും ദുരഭിമാനവും കൊണ്ട് ബന്ധങ്ങൾക്ക് വില കൽപ്പിക്കാത്തവർ. കല്ല്യാണം കഴിച്ചതുക്കൊണ്ട് സ്വന്തം അച്ഛനെ സ്വീകരിക്കാൻ കഴിയാത്ത അവസ്ഥ. സ്വന്തക്കാരെ അകറ്റി നിർത്തുന്ന ജാമാതാക്കൾ. പുത്രിയും അച്ഛനും അനുഭവിച്ച ആത്മ വേദന. ഇത്തരം വേദനകൾ ഇനിയും തുടരാതിരിക്കട്ടെ : ഇവിടെ ഈ കഥ പൂർണ്ണമാകുന്നു.

നമസ്കാരം